ईटगीर

सुर्यकांत रघुनाथ जाधव

लिखाणाची स्तुती करून प्रकाशनासाठी प्रेरित केलेल्या सर्वच
वाचकांना समर्पित.

अनुक्रमणिका

प्रस्तावना

"पार्सल एक रहस्य" च्या प्रकाशनानंतर हाती घेतलेली दुसरी कथा सुद्धा काही कालावधीतच पूर्ण केली. काही ठराविक लोकांनी कथा वाचली आणि त्यांनी सर्वांनी चांगला प्रतिसाद दिल्यामुळे या कथेचे प्रकाशन करायचे ठरवले.

नांदी, प्रस्तावना

ईटगीर

ईटगीर पूर्णतः जंगलाने व्यापलेला गावं असून या जंगलामधील एक रहस्यमयी ठिकाण "सत्य-विधान" अवगत नसूनही सर्वांना त्याबद्दल मौखिक आणि ऐकीव आख्यायिका माहित असतात. या ठिकाणी जो कुणी जाऊन येतो त्याला पुढे घडणाऱ्या घटना आधीच स्वप्नामध्ये दिसत असतात. अविनाश हा या कथेतील नायक असून त्याला लिखाणाची फार आवड असते. अविनाश आणि अबोलीचे कॉलेज जीवनात प्रेम जुळते. याच दरम्यान अविनाशला स्वप्न पडू लागतात. तो त्याला पडणारी स्वप्ने एका डायरीमध्ये लिहत असतो, परंतु त्याला लोक हसतील या भीतीने तो ती डायरी सर्वांपासून लपवून ठेवत असतो.

घरच्यांचा विरोध डावलून अविनाश अबोलीसोबत लग्न करतो आणि ईटगीर या गावाच्या बाहेरच टेकडीवर घर बांधतो. दोघांचाही सुखी संसार चालू असतो आणि एके दिवशी बाहेर गेलेला अविनाश घरी येताना अपघातग्रस्त होऊन मृत्युमुखी पडतो. अविनाश च्या मृत्यूची बातमी ऐकून त्याचे आई-वडील देखील आपले प्राण सोडतात.

अपघाताची बातमी एकून अबोली बेशुद्ध पडते. दवाखान्यात दाखल केल्यावर ती प्रेग्नन्ट असल्याचे समजते. अविनाशचा मित्र भूषण आणि इतर गावकरी अबोली ला गावातील घरी राहण्यासाठी मनवतात. तिला २ जुळी मुलं होतात, अमल आणि अलक. अमल आणि अलक हळूहळू मोठे होऊ लागतात.

अमल ला पुढे घडणाऱ्या घटना स्वप्नात दिसू लागतात. अलक तीच स्वप्ने आपसूक लिखाणात उतरवत असे. दरम्यानच्या काळात घराची साफ-सफाई करताना अबोली ला अविनाश ची एक डायरी सापडते. ती डायरी वाचताना अबोली जुन्या आठवणींत रमते. अमल अलक कॉलेजला जाऊ लागतात. अबोली वारंवार त्याच्या लिखाणाबद्दल विचारते म्हणून अलक त्याचे लिखाण वेगळ्या डायरीमध्ये लिहून लपवून ठेवत असतो. पुढे जाऊन अलक त्याच्या

लिखाणाच्या जुन्या डायरी घरामागील जुन्या बुजवलेल्या टाकीमध्ये लपवतो. परंतु काही कारणास्तव अबोली तेथे गेली असताना तिला शंका येते आणि तिने शोध घेतल्यावर अबोलीला अलकच्या DAIRIES सापडतात. त्या DIARIES वाचून अबोलीला खात्री होते कि अलकला पडणारी स्वप्ने पुढे घडणाऱ्या घटनांशी संबंधित आहेत. अलकला विश्वासात घेऊन सांगताना अमल ला पडणाऱ्या स्वप्नांची देखील अबोलीला माहिती होते.

अमल आणि अलक PICNIC ला गेले असताना देवभुबाबा त्यांना दर्शन देतात आणि पेटारे शोधण्यासाठी सूचित करतात. अमल ला स्वप्नात घरामागील टाकीमध्ये पेटारे असल्याचे संकेत मिळतात. टाकीचे खोदकाम करताना अबोलीला एका पेटाऱ्यामध्ये अविनाशची डायरी सापडते. अविनाशच्या स्वप्नांची डायरी अबोली आणि अविनाशच्या भेटीपासूनचे अनेक गुपित तिला उलगडून दाखवते.

अविनाशच्या डायरीमधील सर्व संदर्भ अबोलीला जुळवता येतात मात्र शेवटच्या भागात लिहिलेली कविता तिला उलगडत नाही. अमलला एक स्वप्न पडते ज्यामध्ये अबोली, अमल आणि अलकला मागे सोडून कुणा अनोळखी व्यक्तीकडे धावत जाताना दिसते. तो त्याचे स्वप्न अबोलीला बोलून दाखवतो. अबोलीला अलकच्या डायरीमधील poem, अविनाशच्या डायरीतील लिखाण आणि अमल च्या स्वप्नातील वर्णन अविनाश च्या पुन्हा भेटण्याचे संकेत देतात. तिची खात्री होते आणि अविनाशच्या अपघात झालेल्या वळणावर ते तिघेही निघतात.

तिकडे अविनाशसुद्‌धा अपघातानंतर हळूहळू सावरलेला असतो. आश्रमातील लोकांच्या बरोबर ईटगीर मार्गे बाहेर गावी जात असताना जंगलातील ते रस्ते त्याला जुन्या आठवणींना उजाळा देतात. आश्रमातील लोकांचा निरोप घेऊन तो घराच्या दिशेने चालू लागतो. दुरूनच अबोलीचे दर्शन होते आणि ते दोघे पुन्हा एकत्र येतात.

1

ईटगीर

- ईटगीर... भाग १

अबोली आणि अविनाश ची भेट एका वाचनालयात झाली होती. दोघेही वाचनाचे छंदी होते. अविनाशला लिखाणाचीही आवड होती. बऱ्याचदा त्याचे स्वप्न तो त्याच्या डायरीमध्ये लिहून ठेवत असे. परंतु त्याला पडणारे स्वप्न डायरीत वाचून त्याच हसू होईल या भीतीने तो ती डायरी कुणालाही दाखवत नसे. अबोली पासूनही त्याने हि गोष्ट लपवली होती. त्यामुळेच त्याच्याकडे स्वप्नांची आणि इतर लिखाणाची डायरी वेगवेगळीच होती. पुढे जाऊन अबोली आणि अविनाश लग्न करतात. घरच्यांचा विरोध असल्यामुळे अविनाश ईटगीर च्या बाहेर टेकडीवर छोटा झोपडीवजा घर बांधून आपला संसार थाटतो.

ईटगीर सोडल्यापासून तो काहीसा बैचेन असतो. संसार चांगला चालला असला तरीही आर्थिक अडचणींमुळे शांत झोप नव्हती, त्यामुळे त्याला हल्ली स्वप्न येणे तसे बंदच झाले होते. आणि लिखाणाची डायरी सुद्धा जुन्याच घरी राहिल्यामुळे तो फारसा लिहताना अबोली ला दिसत नसायचा. हसता खेळता कधी कधी कविता बोलूनही जायचा. लग्न होऊन एक वर्ष झालं असेल, अबोली ला गर्भारणेची चाहूल लागली होती. अविनाश कामानिमित्त बाहेर होता. तो आल्यावर त्याला हि गोड बातमी

दिल्यावर तो किती खुश होईल याचा ती विचार करत बसली होती. संध्याकाळची वेळ झाली होती, अंधार पडायला लागला होता, वीजा चमकत होत्या, वादळी वाऱ्या सोबतच पाऊस चालू झाला होता. अबोली सर्व खिडक्या दारे बंद करून light गेल्यामुळे मेणबत्ती च्या उजेडात अविनाश ची वाट पाहत बसली होती.

बराच उशीर झाला तरीही अविनाश अजून आला नव्हता, त्यामुळे ती चिंतातुर होती. थोड्या वेळाने पाऊस कमी झाला. वीजा कडाडायच्या थांबल्या, वाराही शांत झाला. बाहेर कुणीतरी आल्याची चाहूल तिला लागली. "भूषण" अविनाश चा मित्र आणि त्याच्या सोबत गावातील काही मंडळी अबोलीला भेटावयास आले होते. अबोली काही बोलायच्या आताच भूषण बोलू लागला. "वहिनी. काही सांगायचे आहे, मन घट्ट करा" भूषणच्या बोलण्याने अबोली आणखीनच चिंतातुर झाली. भूषण सांगू लागला," वहिनी घात झाला, अविनाशचा येताना अपघात झाला, झाडावर वीज पडली आणि तो झाड रस्त्यावरून येणाऱ्या अविनाश च्या गाडीवर कोसळला. अविनाश चा मृत्यू झाला." अबोलीला ऐकून धक्का बसला. ती थंडगार पडली तरीही कपाळ घामाने भरला, तोंडातून शब्द फुटायच्या आधीच ग्लानी येऊन ती दारातच कोसळली.

इकडे एकुलत्या एक मुलाचा अपघाती मृत्यू झाल्याचे कळताच अविनाश च्या आई-वडिलांची प्रकृती खालावली. भूषण आणि शेजाऱ्यांनी अबोली आणि अविनाश च्या आई-वडिलांना हॉस्पिटल मध्ये दाखल केले. अविनाशच्या आई-वडीलांची हास्पिटल मधेच प्राणज्योत मावळली.

डॉक्टरांच्या तपासणीत अबोली पोटाशी असल्याचे समजले. अबोली शुद्धीत आल्यावर ती धायमोकळून रडू लागली. दुःखाचा डोंगर तिच्यावर कोसळला होता. भूषण आणि शेजाऱ्यांनी सर्व कार्य उरकून अबोली ची समजूत घातली, आणि तिला गावातील घरी राहण्यासाठी मनवल.

अविनाशने कमावलेल थोडं फार आणि वडिलोपार्जित घर आणि थोडी फार जमीन यावर अबोली आणि तिच्या बाळाची गुजराण होणार होती. अबोली खचली होती परंतु अविनाश चा अंश तिच्या गर्भात वाढत

असल्याने तिने पुन्हा मनाची तयारी केली. गावातील मुलांच्या शिकवणी घेऊन दैनंदिन खर्च सोडवू लागली. मोकळ्या वेळात घर सावरणे, अविनाश च्या कविता वाचणे, त्याचे फोटो न्याहाळत बसने यात अबोलीचा वेळ जात होता. बघता बघता दिवस सरले आणि अबोलीने दोन गोंडस जुळ्या बाळांना जन्म दिला. अबोलीच्या बाळंतपणात भूषणच्या घरच्यांनी तिला चांगला आधार दिला. भूषण आपल्या बहिणीप्रमाणेच अबोली आणि तिच्या मुलाकडे लक्ष देत असे.

अबोलीने दोन्ही मुलांची नावे ठेवली, अमल (निर्मळ) आणि अलक (कुरळ्या केसांचा). अमल आणि अलक यांच्यात लहानपणापासूनच एक गोष्ट खास होती. ते म्हणजे ते दोघेही कोणत्याही गोष्टीत एकत्रित सामील व्हायचे, खाणे-पिणे खेळणे-बागडणे, रडणे, फिरणे, भांडणे. दोघांच्या आवडी-निवडी सारख्याच होत्या. हळूहळू दोघेही मोठे होऊ लागले. अमल आणि अलक जन्मताच हुशार होते. पैकी अमलची आकलन शक्ती आणि अलकची वक्तृत्व आणि लेखनातील गुणवत्ता वाखाणण्याजोगी होती.

अमल आणि अलक त्यांच्या या गुणांमुळेच शाळेतही सर्वांचेच प्रिय होते. मस्तीखोर पणामुळे कधी खोड्या केल्या तरीही त्या दुर्लक्षित होत होत्या. एक दिवस अमल आणि अलक लवकरच झोपी गेले. अबोली सुद्धा सर्व आवरून झोपी गेली. पहाटेची वेळ होती. अमल झोपेतून दचकून उठला. अबोली ने light लावून त्याला धीर दिला. "काय झाले अमल?" अमल काहीहि न बोलताच पुन्हा झोपी गेला.

दुसऱ्या दिवशी अलकने त्याच्या नोटबुक मध्ये स्वतःच्याच मर्जीने एक मजकूर लिहून काढला. शाळेतून घरी आल्यावर दोघा मुलांचा अभ्यास घेताना अबोली चे लक्ष त्या मजकुरावर गेले.

मजकूर खालीलप्रमाणे...

चौफेर फुलांच्या राशीतून, गुलाल उधळतोय सर्वत्र...

नाच गाण्यांच्या तालामध्ये मग्न असतात मित्र...

अचानक बैल उधळतो आणि चेंगराचेंगरीस होतात पात्र...

अबोली अलक ला विचारते, "काय रे अलक, हे काय लिहिलंय?"

अलक पटकन बोलून जातो, "आई, ते न मला असं काहीतरी वाटलं म्हणून मी लिहिलं."

अबोली कुतूहलाने त्याला विचारत होती. परंतु लहान वयाच खोडकर बाळ ते. त्याला काही ठिकस उत्तर देता येत नव्हतं.

अबोली तरीही आनंदी होती. तिला वाटत होत अविनाशच्या लेखणीतले गुण अलक मध्ये आले आहेत.

तीन दिवसांनी गणपतीचे आगमन होते. सार्वजनिक गणपतीची मिरवणूक करत आणण्याचा, गावात नेम असतो, त्यामुळे गावातील मंदिरासमोर मोठ्या पटांगणात गणपती पूजनासाठी मोठे मंडप, फुलांच्या माळा, lights अशी सजावट केली होती. पटांगणात रांगोळ्या काढून परिसर सुशोभित केला होता. अमल आणि अलक, त्याचे मित्र आणि अबोली सर्वजण मिरवणूक पाहण्यासाठी तेथे जमले होते.

"पार्वतीच्या बाळा, तुझ्या पायात वाळा ..."

गाण्याने वातावरण दुमदुमत होते. रंगीबेरंगी कपडे घालून छोटे मोठे सर्व जण मिरवणूक पाहण्यासाठी तेथे जमले होते.

ढोल ताश्यांच्या गजरात गणरायाचे आगमन झाले. जल्लोष सर्वत्र होत होता. गावकऱ्यांची गर्दी एकवटत होती. फटाक्यांच्या माळा रस्त्यावर पसरवून त्यात सुटली बॉम्ब जोडून फटाके फोडले जात होते. थोड्याच वेळात फाट फाट फाट्याकक फाट फट फटाक फार्रर्र फटाक्यांच्या आवाजाने आसमंत दुमदुमला. धुराने आणि गुलालाने समोरचे काहीच दिसत नव्हते . फटाक्यांच्या आवाजाने बिथरलेला एक बैल अचानक गर्दीत शिरला. मान हलवत शिंगे मारण्याच्या प्रयत्न करू लागला. गर्दीवरचे नियंत्रण सुटले. लोक सैरभैर पळू लागले आणि काही क्षणातच अमल आणि अलक चे काही मित्र चेंगराचेंगरीमध्ये दुखापतग्रस्त झाले.

वेळ सावरली गेली. पालक आपापल्या मुलांना घरी घेऊन गेले. अबोली सुद्धा अमल आणि अलक यांना घरी घेऊन येते. साधारण घटना समजून ती घरातल्या कामाला लागते. अमल आणि अलक बाहेरच खेळात असतात. अमल, अलक जवळ येऊन बोलतो," मला ना असाच स्वप्न पडला होता त्यादिवशी"

अमल आणि अलकच असच बोलणं चालू असत, तेवढ्यात अबोली दोघांनाही जेवायला बोलावते.

- ईटगीर... भाग २

एके दिवशी अमलला पुन्हा स्वप्न पडत. दुसऱ्या दिवशी अलक आपल्या वहीमध्ये पुन्हा एक मजकूर लिहितो.

सळसळ वारा... पाऊसधारा ...
कडाडले आणि आसमंत सारा ...
ओसंडून वाहील नदी किनारा ...
थबकेल पुन्हा सर्व पसारा...

नेहमीप्रमाणे अबोली दोघांचाही अभ्यास घेत असताना तिच्या लक्ष्यात आलं. अलक च्या लिखाणातील जादू तिला अविनाश च्या आठवणीत नेत होती. अबोलीने थोडक्यातच अलक ला त्याबद्दल विचारले. अलकने काही आठवण्याचा प्रयत्न केला, आणि आठवत नसल्याच्या अविर्भावात "मला नाही माहीत, असच लिहिलंय." म्हणून उत्तर दिले. अबोली अलकचे लिखाण तिच्या डायरी मध्ये लिहून जतन करू लागली.

दोन दिवसांनी रात्री पासूनच वादळी वाऱ्यासोबतच, विजांच्या कडकडाडात धो-धो पाऊस सुरु झाला. सकाळ होईपर्यंत सर्वत्र पाणीच पाणी. नदी नाले तुडुंब भरून वाहू लागले. बस, रेल्वे वाहतूक ठप्प झाली. शाळा कॉलेजेस सर्व काही बंद झाले. अमल आणि अलक घरामध्येच खेळत होते. अबोलीला अलकचे लिखाण आठवले. मनातल्या मनात ती म्हणू लागली, अलकने लिहिल्यासारखच होतंय आज. विचार करता करता थोडी थांबलीच. तिला काहीतरी आठवले. धावतच जाऊन कपाटातून तिची डायरी काढली. अलकच्या लिखाणाच्या प्रत्येक नोंदीबरोबर एक एक घटना तिच्या डोळ्यासमोरून जाऊ लागली. डोक्यामध्ये विचारांचा झंजावात चालू झाला. हृदयाचे ठोके वाढू लागले. डोळ्यांत पाणी तरळले. हा निव्वळ योगायोग म्हणायचं कि चमत्कार.

अबोली सर्व मनात साठवून अमल आणि अलक कडे लक्ष देत होती. त्यांना चांगले शिक्षण देऊन मोठे अधिकारी बनवायचा तिचा ध्यास होता. दिवसामागून दिवस सरत होते. आई नेहमी आपल्या लिखाणावर प्रश्न करते म्हणून अलक त्याचे लिखाण वेगळ्या वहीमध्ये लिहू लागतो. अमल आणि अलक चे परस्पर संबंध खूप गोड होते. एकमेकांशिवाय राहणे त्यांना जमत नसायचे. त्यामुळे सर्वच गोष्टी ते आपापसांत खुल्या मनाने बोलत असत, दिलखुलास हसत, मनमौजी जगत होते. त्यामुळेच अमलला पडणाऱ्या स्वप्नांची आणि अलकच्या लिखाणाची अधून मधून ते दोघे आपापसात गंमतीमध्ये चर्चा करत. एकंदर दोघांनाही आता यात वेगळं अप्रूप उरल नव्हतं. आणि लहान असल्यामुळे त्याच गांभीर्य हि कळत नव्हतं. दरम्यानच्या काळात अबोलीला घराची साफ सफाई करताना अविनाश च्या लिखाणाची एक डायरी सापडते. डायरी कशी म्हणता येईल? "अनमोल गाठोडं होत ते तिच्यासाठीही". अविनाशने पाठविलेल्या कवितांबरोबरच त्याची स्वतःची डायरी सापडणे अबोलीसाठी मोठीच देणगी होती.

पहिल्या पानावर त्याचे आणि अबोलीचे नाव लिहून पुढील पानापासून लिखाणाची सुरुवात केली होती.

११ वी च्या कॉलेज मधला वाचनालयातील पहिला दिवस.....

अबोली वाचू लागली... एक एक शब्द वाचताना जणू ती ते दिवस पुन्हा पुन्हा जगू लागली. शब्दामागून शब्द डोळ्यांपुढे प्रत्येक क्षण प्रतिबिंबित करू लागले...

त्याच्या कॉलेज च्या युनिफॉर्म पासून अबोलीने घातलेली वेणी, कपाळावरील टिकली, डोळ्यांतील काजळ, येण्या जाण्याच्या वेळा, मित्र-मैत्रिणी, अभ्यासासाठी वाचनालयातील वेळा, अबोलीला पाहता यावं यासाठी बदललेला रस्ता, बोलता यावं यासाठी केलेले प्रयत्न सर्व काही मजेशीर होते. किती सुंदर, लोभस होते ते क्षण...

पुन्हा मागे वळून पाहताना ते वळण दिसत होते. त्याचा आभास होत होता.

तुझे बोलणे सये, लटकेच असते.
अल्लड हसणे तुझे, मनात बसते.

नजरेला नजर भिडल्यावर, मी हरवतो.
चोरून तुला पाहताना मनी गुलाब फुलवतो.

मनातील पहिल्या निर्मळ प्रेमाच्या भावना त्याने कवितेतून उतरवल्या होत्या.

सांजसवे तू प्राणप्रिये,
हरपून गेलो तुझ्यासवे,
बीज प्रेमाचे अंकुरले,
नांदू दे तव फुलासवे.

प्रत्येक शब्दांत, चारोळ्यांत त्याच्या प्रेमाचा ओघ ओथंबून वाहत होता. ११ वी पासून हा माझ्यावर एवढा प्रेम करत होता आणि बोलण्याचं धाडस केलं ५ वर्षांनी. अनेकदा त्याला हे अबोली बोलायची सुद्धा.

• ईटगीर... भाग ३

अबोली वाचत असताना मल आणि अलक धावतच घरात येतात. रात्र झालेली असते, वाचण्यात दंग झालेली अबोली पाणावलेल्या डोळ्यांनी अविनाशची डायरी कपाटात ठेवते आणि दोघांनाही जवळ घेते. तिघेही जेवायला बसतात. अबोली अलक ला जाणीवपूर्वक गोड बोलून त्याच्या लिखाणाबद्दल विचारते. अलक, अमल चे नाव घेत बोलतो," आई अमल ला स्वप्नात दिसते, मी लिहितो ते" अबोली सत्यापासून अनभिज्ञ असते. मस्करी करतोय असं समजून ती विषय टाळते. काही दिवस असेच जातात. अबोली थोडं थोडं करून डायरी वाचत असते. तिच्या चेहऱ्यावर गोड आठवणींचं हसू ठळकपणे दिसत असते. मुलांच्या शाळांना सुट्टी लागते. शिक्षणाचा वाढता खर्च लक्षात घेऊन अबोली १०वी, १२वी चे CLASSES घेऊ लागते. त्यामुळे अमल आणि अलक कडे थोडं दुर्लक्ष होते.

काही वर्षांत अमल आणि अलक कॉलेज ला जाऊ लागतात. अमल अलक थोडे समजदार झालेले असतात. अमल ला पडणाऱ्या स्वप्नांचे तन्तोतन्त वर्णन आणि अलक च्या लिखाणातील जादू यांपासून अबोली थोडी दूर गेलेली असते. परंतु अलक ने लिहिलेल्या वह्या त्याने सुरक्षित

ठेवलेल्या असतात. त्याच्या जुन्या नोंदी व्यवस्थित ठेवण्यासाठी अलक घराच्या मागिल भागातुन जाणाऱ्या छोट्या गल्लीजवळील टाकीजवळ जागा शोधण्याचा प्रयत्न करतो. जुने बांधकाम असलेली हि टाकी त्याच्या आजोबांनी (अविनाश च्या वडिलांनी) ते घर बांधताना बुजवलेली असते. वरून काँक्रेट ने बंद केलेली टाकी आतून मात्र थोडी मातीने भरलेली आणि थोडी पोकळच होती. एका बाजूने छोटे लोखंडी झाकण वर्षानुवर्षे बंद असल्याने गंज लागलेल्या अवस्थेत घट्ट बसलेले होते.

अलक अमल च्या मदतीने गुपचूप त्या टाकीमध्ये एका पेटीमध्ये लिखाण लपवून ठेवण्याचा प्रयत्न करतो. झाकण उघडण्यात बराच वेळ लागल्याने घाईघाईत ती पेटी टाकीमध्ये ठेऊन अमल आणि अलक निघून जातात.

संध्याकाळी अबोली घरी आल्यावर काही कामानिमित्त त्या टाकीजवळ जाते. बंद असलेल झाकण खोलल्याच्या खुणा तिला जाणवतात. काहीतरी शंकास्पद वाटल्याने दुसऱ्या दिवशी अबोली अमल आणि अलक च्या अनुपस्थितीत टाकीचे झाकण उघडते. अलकने लपवलेली पेटी तिला त्यामध्ये आढळते. अमल आणि अलक ला कोणतीही माहिती होऊ न देता त्यातील नोटबुक अबोली काढून घेते. आणि मुलांच्या अनुपस्थितीत ती वाचायला लागते.

शब्द शब्दांत गुंतले ...
द्वंद्वव होऊनि जुंपले...
थोर मोठ्यांच्या अंगणात ...
माती होऊनि साकळले...

अमल अलकच्या शाळेतील तो प्रसंग, मुलामुलांच्या छोट्या भांडणाचे स्वरूप शिक्षक पालकांच्या शाब्दिक चकमकीत बदलले आणि शेवटी काही मोठ्या मंडळींच्या हस्तक्षेपाने ते वाद सोडवले होते.

मी मनवले, थोडे विनवले ...
विस्तवातील निखारे,
फुंकर घालुनी विझवले....
आपल्याच धुंदीत शब्द मात्र,

कुठे जाऊनी हरवले...

गावातील एका प्रसंगात अमल आणि अलक याच्या बद्दल गैरसमजातून निर्माण झालेले वाद अबोलीने स्वता पुढाकार घेत, विनवण्या करत शांत केले होते आणि अबोलीच्या त्या वागण्याने अमल आणि अलक रुसून बसले होते.

एक एक घटना डोळ्यासमोर उभी राहत होती. अमल आणि अलक रात्री झोपले असताना अबोली दुसऱ्या खोलीत बसून वाचत होती.

मौन शब्द सापडतील, पुन्हा तुझ्यासवे बोलतील...
आठवणींच्या अश्रूंना, माझ्याकडे वळवतील....

अविनाशची डायरी सापडल्यानंतर हरवलेल्या आयुष्यात डोकावताना जी अवस्था अनुभवली होती तीच येथे मांडली होती. अबोलीला खात्री झाली होती, अलकचे लिखाण योगायोग नव्हता. ते विधान होते, पुढे घडणाऱ्या घटनांचे. फक्त त्याचे अचूक अवलोकन समजने गरजेचे होते.

अनेक रात्री जागून अबोलीने अलकच्या अनेक DIARIES वाचून काढल्या. अनेक घटनांचे क्रम आणि संदर्भ जुळवले. तिच्या अवतीभवती घडणाऱ्या अनेक घटना लिखाणाशी तंतोतंत जुळत होत्या. एवढं असूनही, अबोली एवढे वर्ष त्यापासून अनभिज्ञ होती.

आता मात्र अबोली अलकच्या लिखाणाबद्दल खूपच सजग झाली होती. तिने हळूहळू अलकला विश्वासात घेतलं. त्याला त्याच्या लिखाणातील आणि घटनांतील परस्पर संबंध स्पष्ट करून सांगितला. अलकला अबोलीचे म्हणणे पटल्यावर त्यानेही आपल्या लिखाणातील आणि अमलच्या स्वप्नांतील परस्पर संबंध स्पष्ट केला. अबोली अमोलच्या स्वप्नांबाबत प्रथमच ऐकत होती. अमल कडून खात्रीलायक पुष्टी झाल्यावर अबोलीला आश्चर्याचा धक्का बसला. हे कसले संकेत असावेत? हा काय चमत्कार असावा? हे लोकांना कळले तर काय होईल? अनेक विचार मनात येत होते. विचार करता करता अबोली झोपी गेली. पहाट होता होता अबोलीच्या मनात अनेक घटना एकामागून एक कल्लोळ माजवू लागल्या. अश्या परिस्थितीत काय करावे काहीच सुचत नव्हते. ती अंथरुणातून उठली, पूर्ण घर साफ करून देवपूजा केली.

देवासमोर नैवेध्य ठेऊन देवाकडे चांगल्या आरोग्याची आणि शांत आयुष्याची मनोकामना करून अविनाश ची डायरी वाचू लागली.

कॉलेजमधल्या सुरुवातीच्या काळातील काही कविता होत्या.

मन गुंतता गुंतते ...
कधी कल्पनी रंगते...
जीव होतो कासावीस...
जेव्हा मला तू पाहते...

अविनाश ने मला त्याने त्याच्याकडे पाहताना त्याच्या मनाची झालेली अवस्था येथे स्पष्ट केली होती. त्याच्या कविता हळूहळू पुढे जात होत्या, तसतसा दोघांमधील प्रेमसंबंध आणि घटनाक्रम डोळ्यापुढे येत होता.

हळूहळू आमच्यात बोलणे सुरु झाले, भेटीगाठी वाढल्या, एकमेकांना काहीही न सांगताच एकमेकांत दोघे हरवून गेलो.

ती रंगीत फुलांची बाग, तो नदी किनारा, ते हवेला साद घालणारे टेकडीवरील भले मोठे खडक आणि शेवटपर्यंत रोजचीच भेट होण्याचे ठिकाण म्हणजे वाचनालय.

कॉलेज ला गेल्यावर एकमेकांना पाहण्यासाठी डोळे चौफेर शोधायचे. LECTURE ला नाही दिसला तर कॉलेज कट्टा, तिथेही नसेल तर कॅन्टीन, तिथेपण नाही सापडलीच तर कॉलेज कॅम्पस मधील ते झाड आणि शेवटचा पर्याय म्हणजे वाचनालय.

जादूने मंतरलेले मनमोहक क्षण होते ते.

अबोलीसुद्धा त्या दिवसांत अविनाशमध्ये पूर्णपणे हरवली होती. तिच्या आवडीचे एक खास गाणे होते, जे ती नेहमी गुणगुणायची.

फुलले रे क्षण माझे, फुलले रे...
हसले रे क्षण माझे, हसले रे...

खरंच एकमेकांच्या ओढीने, एकमेकांच्या विचारांमध्ये सभोवतालचं जग विसरून एका वेगळ्याच जगात वावरण्याचा आभास होता तो.

मी सुद्धा अविनाश च्या भेटीसाठी किती जीव काढायची? किती बैचेन व्हायची? किती बैचेनी व्हायची त्याला पाहण्यासाठी? तीच बैचेनी अविनाशच्या मनाची होत होती हे त्याने त्याच्या डायरी मध्ये किती

सुरेख भावनेत उतरवलं होत. अबोली मनातल्या मनात म्हणत होती.

बघता बघता डायरी संपत आली. शेवटच्या पानावर काही वेगळच लिहिलं होत. अबोलीला त्या कवितेचा अर्थ लागत नव्हता.

रक्ताळलेल्या मातीवरती, हिरवे गालिचे होऊन पाहीन...
धरणीचे ते ऋण फेडण्या, पाऊस होऊन पुन्हा येईन...

कातरवेळी प्रभातकाळी, हिमशिखरांच्या डोईवर ...
रवीकिरणांच्या आराशीतील, इंद्रधनुष्य हाती घेईन...

अवकाश निळे, ग्रह गोल तारे, उल्कापिंड अन धूमकेतू...
चंद्र पौर्णिमेचा मिणमिणणारा, प्रकाश होऊन पुन्हा येईन...

दाट धुक्याच्या वनराईतील, सुगंधी मोगरा फुलताना...
रंगबिरंगी पंख लावून, फुलपाखराचे रूप घेईन...

सळसळणाऱ्या वाऱ्यासंगे, दर्पसुगंधी नवलाईचा...
उंच मनोहरी पारंबीचा, झोका होऊन पुन्हा येईन...

अक्षरांच्या ओळीतील हरवलेला शब्द मी...
ओवीच्या थव्यातून काव्यमय संगीत होईन...

चैतन्याचा सूर्य मी, प्रकाश मी, उसळणाऱ्या समुद्रात मावळणारा भास्कर मी...
कडाडणार्या विजेसंगे, नवयुग होऊन पुन्हा येईन....

मी पुन्हा येईन... मी पुन्हा येईन...

कवितेचा अर्थ, वर्णन कोणत्याही घटनेशी मिळता जुळता नव्हता. मग हि कविता का केली असावी? उत्तर काही केल्या सापडत नव्हते. आणखी काही लिखाण मिळतंय का ते पाहण्यासाठी अबोली अमल आणि अलक च्या मदतीने पूर्ण घर शोधते, पण हाती काहीच लागत नाही.

अबोलीचे दिवस तसे आनंदात जात असतात. कमी असते ती फक्त अविनाशची. अमल आणि अलक हि त्यांच्या आयुष्यात आनंदी असतात. अबोली कधीही तिच्या मनातील सल मुलांसमोर मांडत नसते. एक दिवस अमल झोपेत असताना घाबरून उठतो. पूर्ण घामाघूम झालेल्या अवस्थेत तो सैरभैर पळू लागतो. अबोली आणि अलक त्याला शांत करतात. अबोली अलक ला विचारते, ' काय झालं? का घाबरलास?"

अमल त्याला पडलेल्या स्वप्नाचं वर्णन करतो.

"मला स्वप्नात एक घनदाट जंगल दिसलं, त्याच्या एका वळणावर एक माणूस "आई" तुला साद (अबोली) घालत आहे. आणि तू सुद्धा आम्हाला मागे सोडून त्याच्या कडे धावत जात आहेस."

अबोली चिंतीत होते. कधी कधी काही गोष्टींचा गुंता सोडवता येत नसतो. मनात वावटळ उठते, संवेदनांचे, जाणिवांचे आणि परिस्थितीपुढे हतबल होऊन शरणागती पत्करते. ती शरणागतीच आपली विवशता असते. मनात असूनही परिस्थितीसमोर गुडघे टेकावेच लागतात. त्याची सल कायमच मनात बोचत राहते.

अमलच्या स्वप्नातील व्यक्ती अविनाश तर नसेल? एवढ्या वर्षानंतर पुन्हा त्याची भेट झाली तर?

पण कस शक्य आहे? अबोलीच एक मन ते मानायलाच तयार नव्हते. अविनाश चा मृत्यू होऊन अनेक वर्षे सरली होती. शेवटी सर्वच स्वप्ने खरी होत नसतात, हे स्वीकारून ती परिस्थितीसमोर शरणागती पत्करते.

• **ईटगीर... भाग ४**

अमल आणि अलक चे कॉलेज चालू झालेले असते. आनंदी, हसतमुख, मनमिळावू आणि हुशार व्यक्तिमत्वाचे हे दोघे कॉलेज मध्ये सुद्धा सर्वांचेच आवडते असतात. एक दिवस अमल आणि अलक त्यांच्या मित्रांबरोबर अबा पर्वतावर पिकनिक साठी जातात. खूप अंतर चालून झाल्यावर सर्व जण थकून एका खडकावर विसाव्यासाठी बसतात. काही जण अजून मागेच असतात. अमल आणि अलक हळूहळू पुढे चालू लागतात. पुढे घनदाट अरण्य लागते. मित्र येईपर्यंत थांबावे म्हणून ते मागे वळून पाहतात तोच हवेच्या झुळुकीबरोबर मंदमंद हळुवार खुळखुळ्यांचा आवाज दोघांच्याही कानावर पडू लागतो. आजूबाजूला कोणीतरी आहे याची चाहूल लागताच अमल आणि अलक हळुवारपणे पुढे चालू लागतात. मित्र तसे नजरेच्या टप्प्यात आलेले असतात. आवाजाच्या दिशेने जाताजाता आमल आणि अलक

जंगलामध्ये एका वादाच्या झाडाखाली येऊन थांबतात. समोर एक वृद्ध साधू डोळे बंद करून समाधिस्त बसलेले असतात.

एवढ्या घनदाट अरण्यात साधूंना पाहून अमल आणि अलक ला थोडा धीर येतो. विनम्रपणे साधूंना प्रणाम करून ते पुढे चालू लागतात, तोच मागून आवाज येतो," स्वप्नांचे विधान अस्पष्ट होऊ देऊ नका, पेटारे शोध, मार्ग सोपा होईल". अमल आणि अलक मागे वळून पाहतात. समाधिस्त साधू स्मित हास्य करत त्यांना आशीर्वाद देत होते. अमल आणि अलक पुढे चालू लागतात. जंगलातील मंदिरामध्ये पोहोचल्यावर थोडी विश्रांती घेतात तोवर त्यांचे मित्रसुद्धा तिथे पोहोचतात.

अमल आणि अलक त्यांच्या मित्रांना त्या साधूबद्दल विचारतात. मित्र नकारार्थी मान हलवत आम्हाला कोणीही दिसले नाहीत असे सांगतात.

घरी आल्यावर अमल आणि अलक अबोलीला घडलेला वृत्तांत सांगतात. अबोलीच्याही लक्षात काही येत नसते. अबोली भूषण ला त्याबद्दल विचारते. भूषण अबा पर्वताचे नाव ऐकून लगेच सांगतो, तिथे देवभू बाबांचे वास्तव्य आहे. कदाचित त्यांनीच दर्शन दिले असावेत.

अमल अलक थकल्यामुळे जेवून लवकर झोपी जातात. अमल ला पुन्हा स्वप्न पडते. त्याच्या घराच्या मागील भागात बजावलेल्या टाकीमध्ये खोदकाम करताना अबोली ला एक पेटारे सापडते. देवभू बाबांचे शब्द आठवतात आणि तो खडबडत जागा होतो. अलक ला हि तो झोपेतून उठवतो. त्या पूर्ण वर्णनासहित त्याला पडलेल्या स्वप्नाची कथा तो अलकला सांगतो.

दुसऱ्या दिवशी सकाळीच अबोली ला सर्व दरिष्टांत सांगितल्यावर घराच्या मागील टाकीजवळ ते खोदकाम चालू करतात. संध्याकाळ होईतोवर मातीचा मोठा ढिगारा उपसून होतो. परंतु तरीही त्यात काहीच सापडत नाही. शेवटी थकून अबोली काम अर्धवट थांबवायला सांगते. अमल नआणि अलक यांना खात्री असते कि यात काहीतरी सापडणारच. ते शोध घेत राहतात. रात्र झाल्यावर नाइलाजाने काम थांबवून ते झोपी जातात. अबोली झोपेतून उठून अस्वस्थपणे खोदकाम करत असलेल्या जागी जाते. अंधुक उजेडात वरून पाहताना खड्ड्यामध्ये काळोख

पसरलेला दिसत होता. मातीच्या ढिगाऱ्याकडे पाहताना तिची नजर मातीमध्ये दबलेल्या अवस्थेत एक वस्तू खड्ड्याच्या बाजूने झुकलेली परंतु मंध्यंतरी लटकून राहिलेली अस्पष्ट च दिसते. पहाट होताच अबोली अमल आणि अलक ची वाट न पाहता टेबलवर उभे राहून ती वस्तू काढते. पेटाऱ्यावरील धूळ माती झटकून ती तिच्या खोलीमध्ये जाते. जुन्या गंजलेल्या टाळ्याला दगडाचा फटका बसताच पेटारे उघडते. यातूनही गंजलेल्या अवस्थेत पेटाऱ्यात प्लास्टिक च्या पिशवीत गुंडाळलेली एक डायरी सापडते. कोणाची डायरी? कशाबद्दल असेल? असे विचार तिच्या मनात येताच होते. पाने वरचे फिरवून पाहताना ती आनंदाने फुलून जाते. अविनाशच्या हस्तलिखित आणखी एक डायरी....

डायरीत काय असेल? अशी लपवून का ठेवली असेल डायरी? विचारांचा कांगावा सुरु झाला. आणि तो रहस्य उलगडण्यासाठी तिने पहिले पान उघडले.

"स्वप्न-विधान" असे शीर्षक देऊन अनेक चित्र विचित्र रांगोळ्या त्यावर काढल्या होत्या. मोरपीस ठेऊन ते पण सुशोभित केले होते. पुढील पानावर लिखाणाची सुरुवात केली होती.

अबोलीच्या मनात विचारचक्र सुरु झाले. दूरच दूर डोंगरांच्या रांगा, चारही बाजूंनी घनदाट अरण्याने वेढलेला तरीही शहराशी रस्त्याने जोडलेला. बाराही महिने खळाळून वाहणारी नदी. डोंगरांच्या कुशीत छोटे छोटे पाण्याचे साठे, काही नैसर्गिक काही कुत्रिम तलाव, यांमुळे माळरानांवर देखील कायमच हिरवाई, रंगीबिरंगी फुले, स्वच्छ हवा, सर्व सोयिनीं सधन असे ईटगीर गाव. येथील लोकांचा प्रमुख व्यवसाय शेती आणि पशुपालन. ईटगीर च्या वातावरणात जो कुणी आला तो कायमचाच इथला झाला. येथील लोकांचा स्वभाव हि तितकाच प्रेमळ, मनमिळावू. अश्या या सुंदर गावाची रचना देखील तितकीच सुंदर होती. कोणत्याही आपत्ती मध्ये दळणवळणावर परिणाम होणार नाही यासाठी पर्यायी रस्ते होते. शाळा होत्या, दवाखाने होते. सुखी समृद्धी म्हणता येईल असे हे छोटे खाणी गाव. घनदाट अरण्याच्या सीमा हजारो किलोमीटर पर्यंत पसरलेल्या. त्यामुळे रहस्यांनी भरलेले जंगल. अनेक प्रकारच्या आख्यायिकांनीं नावाजलेलं ईटगीर हे गाव. या गावाचं आणि

इथल्या वातावरणच देखणं रूप डोळ्यात साठवाव तितकं कमी, शब्दांत लिहावं तेवढं थोडं. आणि याच देखण्या भूमीत दडले होते अनेक गुपित. यापैकीच एक गुपित होत "सत्यविधान". "सत्यविधान" हे त्याच रहस्यमयी अरण्यातील एक ठिकाण. नाव सर्वोन्मुख असले तरीही ते ठिकाण मात्र सर्वांपासून अपरिचित. गावातील सर्वांना या नावाचे ठिकाण अस्तित्वात आहे याची कल्पना होती परंतु त्याचा ठाव मात्र कुणालाही नव्हता. तिथे जायचं कस? दिसत कस? याबद्दल कुणालाही माहिती नव्हती. परंतु जो कुणी या ठिकाणावर जाऊन येत असे, त्याला पुढे घालणाऱ्या घटना स्वप्नात दिसतात अशी आख्यायिकाच होती. अत्यंत दुर्मिळ अश्या या घटना पिढ्यानपिढ्या ऐकीव असायच्या. ते कास घडत? का घडत? कुणासोबत घडत? कोण घडवत? सर्व काही रहस्यच होत.

आणि कोणत्यातरी समयी तो चमत्कार अविनाश च्या बाबतीत झाला होता. परंतु वास्तवापासून दूर असलेला अविनाश या चमत्काराचा फायदा घेऊ शकला नाही, असच अबोलीला वाटू लागलं होत.

अबोली वाचू लागते.

मी आज वेगळ्याच दुनियेची सैर केली. झालं असं, जंगलात फिरताना वाट हरवली. मोरांच्या थव्यांना पाहताना, रंगीबिरंगी, सुगंधी फुलांच्या झुडुपातून फिरताना कुठपर्यंत पोहोचलोय काहीच समजत नव्हते. बाहेर पडण्याचा रस्ता शोधताना करवंदाची झुडपे दिसली. टपोरे करवंद पाहून तोडण्याचं मोह आवरला नाही. बरोबर आणण्यासाठी करवंद तोडत असताना पानांच्या सळसळ आवाजाबरोबर हाताला काहीतरी टोचले. करवंदाचे काटे असतील व कुठला सर्प काही कळायच्या आधीच मी तेथून घाबरून पळ काढला. हाताला दंश अथवा काटे टोचल्याच्या कोणत्याही खुणा दिसत नव्हत्या. बऱ्याच प्रयत्नानंतर रस्ता सापडला. त्या दिवशी रात्री झोपताना तापाने अंग फणफणले. गाढ झोपेत असतानाच त्याला एक स्वप्न पडले. कॉलेज मधली ईमारत, वाचनालयातील टेबल खुर्च्या, वाचनालयात बसलेले काही वाचक आणि त्याच शांत वातावरणात एका सुंदर मुलीची हातातून बॅग सटल्यामुळे धडामधूम आवाजात झालेली एन्ट्री. सर्व वाचक तिच्याकडे पाहत होते.

आणि ती गोंधळलेल्या अवस्थेत सर्व पेपर्स, पुस्तके सावरून अविनाशच्या टेबल समोर येऊन बसते. काहीश्या घाबरलेल्या, गोंधळलेल्या अवस्थेत असताना अविनाश तिला पाणी समोर करतो.

वाचता वाचता अबोलीच्या डोळ्यांत पाणी तरळते, गळा आकंठून येतो. हुंदके देत ती वाचत राहते. डोळे पुसत, सुस्कारे घेत ती वाचनात मग्न होऊन जाते.

आयुष्यात घडलेल्या अनेक घटना डोळ्यांसमोरून पुढे सरकू लागतात. त्या दोघांचे प्रेम, लग्न, ईटगीर च्या बाहेरच घर. सर्वच गोष्टींचा उल्लेख त्यात होता. मनातल्या मनात ती पुटपुटत होती, सर्व काही समजलेलं असतानाही मला कधी जाणवू दिल नाही.

वाचता वाचता शेवटच्या पानावर येते.

कामानिमित्त शहरात गेलेला अविनाश घरी येताना एका वळणावर झाडाखाली थांबतो. वादळ आणि पावसाची सुरुवात झाल्यावर तो आजूबाजूला निवाऱ्याची जागा शोधत असतो. तोच झाडांची पडझड आणि वादळी वाऱ्याच्या माऱ्यामुळे अवघड झालेल्या वाटेतून धावताना तोल जाऊन अविनाश खाली कोसळतो आणि पाण्याच्या प्रवाहात वाहून जातो. २२ वर्षांनंतर पुन्हा त्याच वळणावर भेट होते. या शब्दानंतर पुढे लिखाण संपलेलं असत.

अबोली वाचून अवाक होते. अविनाश पाण्यात वाहून गेला होता तर मग गाडीचा अपघात, तो मृतदेह कुणाचा असेल? जळालेल्या अवस्थेत तो मृतदेह गावकऱ्यांना सापडलेला होता. अविनाशच्या गाडीजवळ असल्याने तो अविनाशचाच मृतदेह असल्याचा आणि अविनाशच्या कुठेही थांगपत्ता नसल्याने अविनाशचाच त्या विजेमुळे मृत्यू झाल्याचा सर्वांचा समज होता.

अबोली पुरती गोंधळलेली असते. तिला अविनाशच्या कविता आठवते...

रक्ताळलेल्या मातीवरती, हिरवे गालिचे होऊन पाहीन...

धरणी चे ते ऋण फेडण्या, पाऊस होऊन पुन्हा येईन....

मी पुन्हा येईन ... मी पुन्हा येईन...

तिला अमल ने सांगितलेलं स्वप्न आठवत. त्या स्वप्नात जे वळण सांगितलं होत त्याचाच उल्लेख अविनाशच्या डायरीत होता आणि अपघाताचे ठिकाणही तेच असावे अशी तिची खात्री होते. भूषण कडून अपघाताच्या ठिकाणाची अचूक माहिती घेऊन अमल आणि अलक त्या ठिकाणावर पोहोचतात. तिकडे अविनाश पाण्याच्या प्रवाहात वाहणाऱ्या झाडाच्या आधाराने अनेक मैल पुढे गेल्यावर काही लोक त्याला पाण्यातून बाहेर काढतात. घटनेचा आघात एवढा मोठा असतो कि त्यामध्ये अविनाशच्या मनावर आणि डोक्यावर परिणाम होतो. तो मौन अवस्थेत अनेक वर्षे एका आश्रमामध्ये आश्रमातील लोकांच्या देखरेखीत गुमनामी जीवन व्यतीत करत असतो. हळूहळू तब्येतीत सुधारणा होत असताना आश्रमातील लोक त्याला त्यांच्या सेवेत दाखल करून घेतात. ईटगीर मार्गे शहरात जात असताना अविनाश ला हा परिसर ओळखीचा असल्याचं आठवत. त्याच्या अपघाताची जागा त्याला आठवते आणि अविनाश सुद्धा ईटगीर च्या त्या वळणावर आश्रमातील लोकांचा निरोप घेऊन घराची वाट धरतो. ईटगीर चे वातावरण, ते नयनरम्य दृश्य, ते जंगल, तोच रस्ता, ते टूमदार गावं, दुरूनच पाहताना अविनाश ला भूतकाळाची आठवण होते. जुन्या गोष्टी आठवताना होणार आनंद त्या ठिकाणावर गेल्यावर आपल्या देहाला आणि मनाला वेगळीच विभूती देत असतो.

ईटगीर च्या ओढीने झपाझप चालणारी पावले, दुरून येणाऱ्या आकृतीकडे पाहून क्षणभर थांबतात. तीच ती ओळखीची व्यक्ती, त्याची अबोली. त्याच्या आवडीच्या हिरव्या रंगाची साडी, चालण्याची सारखीच ऐट, तो दुरूनच ओळखतो. "अबोली~~~~ अबोली" असा जोरजोराने आवाज देत तो धावत सुटतो. घुमणारा आवाज अबोली पर्यंत पोहोचतो. अमल आणि अलक हि तो आवाज ऐकत असतात. अबोली कावरीबावरी होते. इकडे तिकडे सगळीकडे ती आवाजाच्या दिशेने वेध घेत असते. चेहऱ्यावर एक विलक्षण आनंद, डोळ्यांमध्ये सामावलेलं अमोघ प्रेम, एवढ्या वर्ष्यानंतर ती भेटीची ओढ आणि तोच तो ओळखीचा प्रेमाचा हक्काचा आवाज, अविनाश ची हाक....

ती साद देते, अविनाश ~~~ अविनाश....

दोघेही एकमेकांच्या दृष्टिपथास पडतात. सर्वच भान विसरून ते एकमेकांच्या ओढीने धावत सुटतात... श्वास फुललेले असतात. एकमेकांच्या डोळ्यांत मनभरून हरवतात. मायेने एकमेकांच्या मिठीत ते सामावतात. अबोलीला जवळ घेत, तिच्या डोक्यावर प्रेमाने हात फिरवत डोळे बंद करून अविनाश आणि अबोली आनंदाश्रू ओघळू लागतात.

- .....समाप्त.....